Tulagis:Mga Tulang Hinugis

Haya Jhie

Ukiyoto Publishing

All global publishing rights are held by

Ukiyoto Publishing

Published in 2024

Content Copyright © Haya Jhie

ISBN 9789361729287

All rights reserved.

No part of this publication may be reproduced, transmitted, or stored in a retrieval system, in any form by any means, electronic, mechanical, photocopying, recording or otherwise, without the prior permission of the publisher.

The moral rights of the author have been asserted.

This is a work of fiction. Names, characters, businesses, places, events, locales, and incidents are either the products of the author's imagination or used in a fictitious manner. Any resemblance to actual persons, living or dead, or actual events is purely coincidental.

This book is sold subject to the condition that it shall not by way of trade or otherwise, be lent, resold, hired out or otherwise circulated, without the publisher's prior consent, in any form of binding or cover other than that in which it is published.

Paunang Salita

Unang nabuo ang chat group na Warang Writers' World, phenomenal ang datingan kasi, sa isang iglap maraming mga writer ang nakiisa sa layunin ng pangkat. Nagkaroon ng identity, tuluyang isinilang ang WARANG PUBLICATION HOUSE.

Hindi pa doon natapos ang pagsibol, iniluwal ng WPH ang mahigit sa sampung team na batay sa genre. Nangasim, naglihi at isinilang ng bawat kasapi ang kanilang obra, mga obrang hindi namimili ng henerasyon para basahin ang mga akdang kaakibat ang pangakong alay sa reading community na ibibigay ang hilig, habang nanginginig, ihahandog ang takot, habang nangangatog, kakantiin ang guni-guni, hahamon sa kahinaan at susubok sa katatagan.

Kodus WARANG Writers, here is it now, the realization of our perseverance, the fruit of our sharing, and our dream before, now in reality.

Kris S. Alarde
Warang Adviser

Warm-Up Message

Dear Readers and Fellow Enthusiasts,

I am thrilled to share with you that this project has come to fruition. Do you know that this has been one of our dreams—to create and publish a physical book of our works? The group was formed on July 6, and on that same day, we decided to embark on this project. Our decision was swift, driven by a sense of urgency and excitement. And now, here we are. Perhaps it is because of the incredible individuals I have the privilege working with, those who believe in each other and placed their trust in our collective vision.

I would like to extend my heartfelt congratulations to my comrades for taking the first step towards our dream. Your dedication and commitment have brought us this far. And to all of you who have joined us on this journey, I want to extend my warmest greetings. Thank you for being a part of these moments.

With heartfelt appreciation,

KOFFEEE (the one who started it all)

Kulayan Mo'ng Salita Ko!

Sa ngayon, titik lamang at itim na mga linya ang laman ng aklat na ito ngunit sa hiwaga ng iyong mga kamay, lahat magkakakulay.

Aklat Mo 'to, Sulatan Na!

Dahil nasa iyo na ang aklat ng mga makata, nais din naming maging bahagi ka ng hamon ng pagkatha. Sumulat ng tula sa pahinang ito gamit ang mga titik ng iyong pangalan bilang panimula.

Contents

Bilog Daw Ang Mundo	1
Hugis ng Daigdig	3
Daluyong	5
Nakakapusang Ina	7
Naglaho Ang Kulay	10
Oyayi ng Buhay	13
Sanggol sa Karimlan	16
Bangag na Hugis	18
Wulfila	20
HUGIS-SISIG	22
Itlog mo, Orange	25
Hubog ng Buhay	28
SPIRAL WANDERING	30
UNBOXING LIMITS	32
Tatsulok	35
Bilog na Buwan	38
Bilog Ang Mundo	41
Love Letter	45
Mga Hugis	47
Hinaing ni Inay	48
Comradery	50
Tatsulok	51

Shape of Love	53
Mga Laro ng Batang 90s	54
Ano'ng Hugis ni Pag-ibig?	56
Dear Heart	58
Telebisyon	59
Hayaang Maiga ang Igado	60
Spaghetti Pababa at Pataas	62
Paborito Kong Fruit Salad	65
Pera	67
Binilog Mo Ako	68
EKLIPSE	70
Ferris Wheel	72
Hugis Bilog	74
Hugis Puso	76
Ang Tatlong Tuldok	77
Ang Hugis ng Ulan	78
Lemniscate	80
About the Authors	82

Bilog Daw Ang Mundo

Ni: Kris S. Alarde

Bilog daw ang mundo nang ayon sa awit,
Minsa'y luha't dilim ang handog ng langit,
Dusa'y mapaparam ang tuwa'y sasapit,
Maghintay ka lamang tuwa'y makakamit.

Ang buhay ay gulong, madalas masambit,
Minsa'y nasa itaas, at abot ang langit.
Bakit ang madalas sa dukha'y sasapit.
Kahirapa'y tigmak sa buhay kumapit.

Ang mundo'y hulmahan ng diwa at isip,
Gawin mong malawak hangad na makamit,
Iguhit ang landas at tahaking pilit,
Upang magliwanag dilim na pusikit.

Subalit kay hirap arukin ang mundo,
Ang pangakong lingap agad nagbabago,
Sa pagsusumikap ang buhay mabago,
Pagdurusa pa rin sa buhay kasalo.

Huwag kang umasa na bilog ang mundo
Hindi man kumilos, buhay mababago
Minsa'y nasa itaas, ang tuwa'y kasalo
Madalas sa baba, walang pagbabago

Hugis ng Daigdig

Ni: Kris S. Alarde

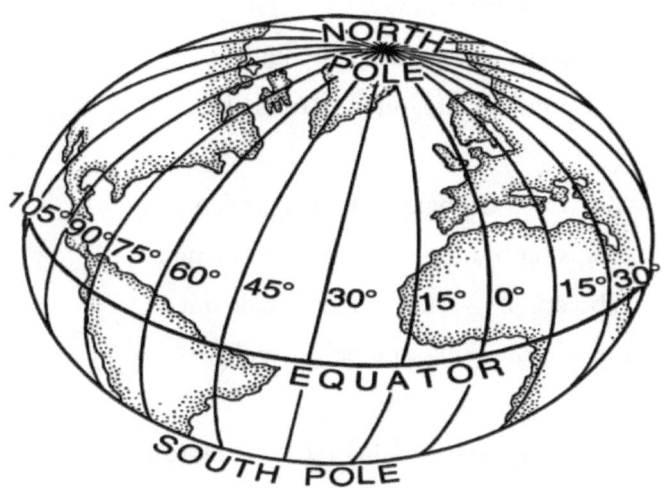

Ang mundo'y tahanan ng iba't ibang mintis,
Na dapat aralin ng nilikhang paslit,
Upang makilala, mabatid nang labis,
Katangiang taglay ng anumang hugis.

Bilog ba ang mundo, ng ayon sa nauna?
Kung saan nagmula, babalik ding kusa,
Bakit ang minahal ng puso at diwa,

Ay di na bumalik, naglahong waring bula.

Kung paniniwalaan ang mundo ay patag,
Tigkabilang puwang ika'y malalaglag.
Sa oras marating anumang binalak,
Lilimuting lahat landas na tinahak.

Maraming naghangad ng magandang hugis,
Hugis ng bituing nakatunghay sa langit.
Libo ang nag-asam sa palad makamit,
Libo-libong luha sa lupa'y dumilig.

Maraming nagtangkang tahakin ang tuwid,
Naglipana naman ang sa tuksong tinig,
Piliting iwasa'y laging maririnig,
Pangakong ligaya'y katumbas ay langit.

Anuman ang hugis sa buhay dumating,
Maluwag sa dibdib na dapat tanggapin,
Kusa mong ihugis ang nais mong kam'tin,
Ihakbang ang paa, buhay ay tahakin.

Daluyong

Ni: Kris S. Alarde

Ang buhay sa mundo'y 'di mo natitiyak,
'Di mo matatanaw kung ano ang bukas.
Masaganang mundo at humahalakhak,
Ni hindi mawari kailan magwawakas.

Ang bawat pag-tiktak ng kamay ng orasan,
Hiwaga sa daigdig hindi mapaparam.
Kung may tuwa ngayon huwag panghawakan,
Maglalaho ito't puso'y magdaramdam.

Naglaho ang kulay nitong bahaghari,
Nilukob ng dilim sa pusong pighati,
Matamis na ngiti sa labi'y napawi,
Niyakap ng bagyo at mga buhawi.

Ang dating halakhak natigmak ng luha,
Masayang paligid hindi alintana,
Nawalan ng saysay ang awit at tula,
Tumangis, lumuhod sa bawat dambana.

Kung maari lang tadhana'y baguhin,
Pag-inog ng mundo ang dusa'y pawiin.
Sa buhay ng tao wala ang panimdim,
Walang kamatayang hahadlang sa atin.

Subalit ang mundo, puno ng pagsubok,
Dapat na matibay sa anumang dagok,
Paghakbang ng paa gubat na daigdig,
Tanggaping maluwag sa tadhanang ibig.

Nakakapusang Ina

Ni: Kris S. Alarde

Nasa bukid kami noon,

Katiwala sa lupa ang tatay ko.

Nilinis ang lupa,

Nagtanim, kumita ang lupa,

At ang sabi, nang kumikita na ang lupa,

'Di na daw kami kailangan.

Binabawi na nila ang lupa.

'Di ba, nakakapusang Ina.

Lumaban kami ng demandahan,

Pusang Ina, abugado namin,

Teacher nito,

abugado ng kalaban namin sa asunto, hindi ba nakakapusang ina!

Malubak na batas.

Mailap na katarungan

Sa bansang Pilipinas.

Sarap sumigaw ng… PUSANG INA!

Sa last hearing namin, pamangkin namin,
Testigo nila.
Sabi sa husgado, kinidnap daw namin siya.
Pusang Ina, dami naming
perang nagastos sa kanila.
Dugo kapalit ng barya.
'Nak nang… Nakakapusang Ina.

Then, mga kababata ko, kaklase sa baryo,
'Di raw nila ako kakilala,.
At hindi raw ako taga-baryo.
Kahit si Kapitan, 'di raw ako nakasensus
Sa baryo.
Aba kapitan, binigyan pa kita
sampung libo sa pangangampanya mo
'Di ba, nakakapusang Ina ka?

Mga dati kong mga kababata,
'di raw ako kilala.
Anak nang… Nung elementary kami, sobrang kabobohan ninyo.
Kapag nagbilang,
Kasunod ng 10, ang 11, 22, 33?

Anak nang, nakakasuka kabobohan nila,
Limut-limutan ang mga peg,
Dahil sa nakatapal na parihabang papel
Na may mukha ng bayani.
Hindi ba, nakakapusang Ina?

Nang umuwi ako, bilang panauhin sa graduation sa baryo.
Unang profesyunal ng baryo.
Kakalungkot pagmasdan
Ang hungkag na mga nilalang.

Mga walang hugis, walang kulay
Walang patutunguhan.
Bilanggo ng kahirapan
Sa rehas ng kamangmangan.
At untag kong pabulong,
Nakakapusang Ina.

Naglaho Ang Kulay

Ni: Kris S. Alarde

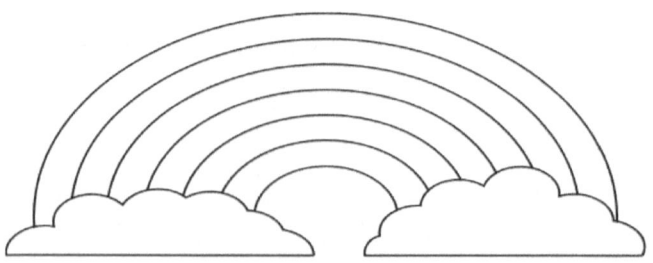

Nagbago ang kulay sa buhay nalasap,
Sa apat na supling ligaya'y naganap.
Landas na tinahak biglang nagliwanag,
Ang mundo'y uminog at naging matatag.

Mabilis dumaan ang pintig ng oras,
Buhay ay baguhin hirap ma'y madanas.
Maipagkaloob lang ang marangyang bukas,
Kakimpal na supling minahal ng wagas.

Isang trahedya nagbago ang lahat,
Kulay ng bahaghari ay biglang kumupas.
Nasawi si Kuya't sa tuwa'y nasalat,
Dumilim ang langit dumampi sa palad.

Dumiin ang tinik sa dukhang balikat,
Sa 'di inasahang paghamon sa landas.
Dumaloy sa mukha pait na dinanas,
Nagtanong sa langit kung saan nasalat.

Nadama ang hapdi na walang pangalan,
Dumilim ang mundo sa dusang nakamtan.
Nasaktan ng lubos sa hamong dumatal,
Namanhid, nanimdim sa lungkot natigmak.

Oh, mahabaging langit ano bang nagawa?
Bakit sinubok Mo, luha'y masadlak?
Ang sakit sa dibdib na kusang dinanas,
Sinlakas ng lindol, kidlat na matalas.

Nawalan ng saysay ang pagsusumikap,
Gumuho ang lahat nang mga pangarap.
Sa labis na kirot sa dibdib dinanas,

Tila ba sa daigdig nais nang tumakas.

Hindi nawawari kung hanggang kailan,
Pananabik kay Kuyang laging inaasam,
Hinulma sa isip sa nais makamtan,
Na magkita muli, ang lungkot maparam.
(Para sa'yo Koks… Miss you much.)

Oyayi ng Buhay

Ni: Kris S. Alarde

Grade six ako nang unang tumigas
Ang katawan kong matagal pinanggas.
Inihanda sa labang sa mundo'y laganap,
Matikman ang buhay na pinapangarap.

Ngayon dibdib ko'y nabago ang hugis,
Makinis na kutis tila naging pasas,
Kuluntoy na dahon sa lupa bumagsak,
Pandesal sa kape'y tuluyang nababad.

'Di dapat yakapin kung ano ang ngayon,
Dahil maglalaho sa takdang panahon,
Ang bata mong oras kusa ring tatakas,
Ang katotohana'y tatanda ring ganap.

Bisig at katawan na naging matikas,
Ngayon ay laylay na sa buto'y kumalas,
Ang dalawang tuhod na noo'y kay tatag,
Ngayo'y kumakalog na hirap sa paglakad.

Huwag kahibangan ang kasariwaan,
Ganda at kisig mong ipinagyayabang,
Lalamunin ng oras di mapipigilan,
Ang lahat sa mundo, panandalian lamang.

Oyayi ang awit sa pagsisimula,
At Pambansang Awit sunod ay panata,

Kundiman sa mundo'y sa puso'y may galak,
Saliw ng punebre, ang buhay babagsak.

Sanggol sa Karimlan

Ni: Kris S. Alarde

Sa simula'y kawalan, kung ano ang bukas,
Pangibik ng sanggol sa bagong liwanag,
Kung patutunguhan, tunay na paglingap.

Kung maari lamang, 'di na iniluwal,
Mga mumunting anghel, sa dusa'y nasadlak
Ng palalong inang sa awa'y nasalat.
Sa lamping ubanan ng hungkag na lalang,
Kumakawag-kawag sa dukhang himalayan.
Upang makamtan lang awang inaasam.

May kirot wariin sa pusong may habag,
Na nasisilayan ang sanggol sa hirap,
Sandatang pananggga, sa gutom maawat.

Ang awa sa ina'y naka'y ilalawit
Siya ma'y biktima ng dusa at hapis.
Ginawang sandata ang paslit sa nais.

Ang mundo'y pandayan ng asal at isip,
Hindi libingan ng mithi at tangis.
Mabuhay ka ngayon, kung ano ang ibig.

Kung iguguhit ko ang hugis ng mundo,
Baliktad na tatsulok ang isusulat ko,
Dukha'y nasa taas, sa ibaba'y demonyo.

Bangag na Hugis

Ni: Kris S. Alarde

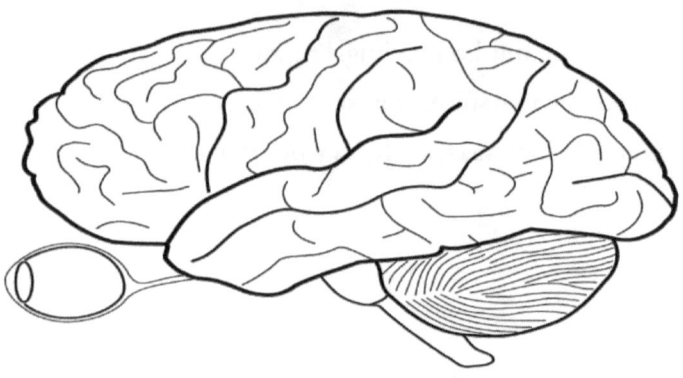

Sa sirkulo, nakakahilo... Paulit-ulit, boring, walang pagbabago.
Repetition hated much.

Sa tatsulok, suwerte meron, sa balintunang Earth,
Nasa baba kami, but...we're million.
But we're nothing, but echus.

Sa parihabang hugis.
Simbolo lang.
Nonsense. No meaning.

No power. Just hugis.
Hugis na hantungan ng life.

Sa parisukat ng mundo.
Just wait.
Pila. Baka may papasok.
Sorry po, tapos na po, minimum.
Pila na lang po bukas.

Sa bangag na hugis.
Budget ang unahin.
Limas after seven-eleven days.
Sakit sa utak,
Bigat sa dibdib,
De plauta… Anak ng pusang baog.

Wulfila

By: W. J. Manares

Beside
an empty
table for two,
square dancing
There I learned that
"three is a crowd" is a love triangle thing
For a while, my heart was buried inside
an imperfect pyramid

Until today when I found
where the part of
the crescent hid
And now,
I'm walking
around in circles,
teardrop in my eye
Perhaps a kite in flight
is a diamond in the sky
No stars in sight, no time for love
I must carry this cross, an arrow pointing above
For that bland ice cream melts inside its cone
In the middle of the oval, here I stand alone.

HUGIS-SISIG

Ni: W. J. Manares

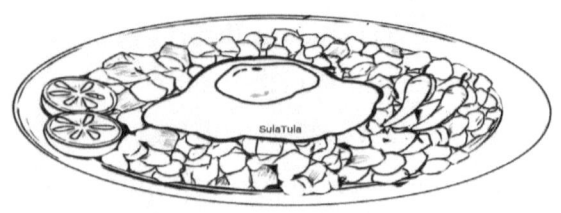

May sizzling sa lutuan, biruin mo ba naman,
Isang putahe na kilala, araw at gabi man.
Sisig, oh sisig, alamat ng Pinoy,
Puno ng tuwa't aliw, relate ka ba, Boy?

Bago ang baboy, unang-una ang bilugang sibuyas,
Nakakatawa, ano ba ang nakakaiyak?
Hiniwa, anliliit pa nga, kahit lasa'y 'di tiyak,
Ramdam mo minsan ang pait sa damdamin mong payak.

Isusunod natin ang parihabang sili, me ganern?

Mahaba at matapang kagaya mo yern

Pangangatog ay realistic, kapag natikman, pangwakasan.

Pati singit pagpapawisan, pangalan niya, makakalimutan

Pagkatapos, tadtarin ang sangkap na mukha niya ang kahugis

Maskara ng baboy, tila kawangis

Sa bawat kagat, huwag kang tatangis

Ganyan talaga ang buhay, overload sa crispiness

Naririnig na ngayon ang tunog ng sisig

Ang paligid ay napupuno ng himig

Tila boses ng iyong dating iniibig

Tanggapin ang katotohanan, kahit lasang pinipig

Ihanda ang may iba't ibang hugis na kubyertos,

Kahit mainit pa, bahala na ang dila na malapnos

Matabil naman kasi itong si Kumare

Tutal luto naman na ang tsismis, ika'y magtaingang-kawali.

Tipunin na ang barkada, kumain na lang tayo
Hawakan ng mahigpit ang iyong plato
Paghandaan ang paglantak, ipagdiwang natin,
Ang lasa ng sisig ay iyong lasapin, huwag siya ang isipin

Day, hindi lang lasa ang dala ng sisig, pakatandaan mo,
Magdudulot din ito ng hugis sa iyong katawan
Ngunit maghugis-sisig ka man o hugis-baboy, hayaan na
Malapit nang magwakas ang kanyang pagdiriwang,
Arat, magligpit na at ating hugasan

Itlog mo, Orange

W. J. Manares

Sumakay ka sa bus, isang mahabang biyahe, ba!

At narinig mo ang sigaw ng tinderong sumampa

'Iiiittlogg mooo, Orange!' Ihanda ang inyong pera,

Mura lang ito, swabe sa pananghalian kahit hindi na pumara!

Itlog mo, Orange, walang kasing-sarap,

Bumyahe't kumain ng itlog na nilaga at softdrinks ang panulak

Bakit nga ba bilog ang itlog na tinitinda?

Iniisip ng marami, wari'y kalikot ng tadhana,

Sa loob nito'y sustansiya, busog na busog ka

Sa kapiranggot na halaga, nakatulong ka pa

Itlog mo, Orange, walang kasing-sarap,

Bumyahe't kumain ng itlog na nilaga at softdrinks ang panulak

At bakit nga ba ang softdrinks ay 'Orange' ang tawagan?

Misteryo ng panlasa, hango sa nakaraan,

Matamis at malamig, kahit pagod ang katawan,

Dapat may maiinom sa biyahe, kahit anong kulay na, basta't kasama ka lamang.

Itlog mo, Orange, walang kasing-sarap,

Bumyahe't kumain ng itlog na nilaga at softdrinks ang panulak

Sa bawat biyahe, may kasiyahang dumadating,

Sa simpleng pagkain, at nakasanayang inumin

Sa bus na masikip, mga tindero'y nagkalat

Bitbit nila'y itlog at softdrinks, pagsaludo't pasasalamat

Itlog mo, Orange, walang kasing-sarap,

Bumyahe't kumain ng itlog na nilaga at softdrinks ang panulak

Hubog ng Buhay

Ni: P.J Nacor

Sa pagmulat ng mata'y iyong masisilayan,
Kagandahan ng bukas iyong mararanasan.
Subalit huwag makampante, sa buhay walang permanente,
Sagana ka sa ngayon, baka bukas mabakante.

Walang katiyakan, tuloy lang ang kapit,
Mga daang hindi tuwid, hinaharap mong 'di batid,
Hirap at pagdurusa ang minsa'y hatid,
Sa daang matitinik, maraming balakid.

Hugis bilog nga ang mundo ang padron nito'y diretso,
Tulad nitong buhay isang bisekleta,
Kung hindi papadyak, walang galaw ang kadena.
Kung hindi sasabay sa agos baka madala ka.

Hubog ng buhay na halos pakurba,
Kaisipan ng tao'y sadyang magkaiba,
Ilan lamang ang mauunawaan ka,

Subalit karamihan ang manghuhusga.

Sa agos ng buhay piliting sumabay,
Huwag mainip sa paghihintay,
Madapa man sa iyong pagtakbo, piliting tumayo.
Matumba ka man ng siyam na beses, umahon ka sa ikasampu.

SPIRAL WANDERING

By: Nics R.

In a world of doubts and uncertainties, here I am wandering.

I actually don't know where this muscular foot is trying to bring me.

Knowing that it could take long years before the place could guarantee.

Bearing this shell on the stout is making me dauntless.

It keeps me moving, though the road is endless.

I may be a small snail in your sight,

But having this big heart is as pure as white.

This little creature in the woods is just trying to search for food.

So please don't step into my shell, smash it, or sell it.

In my silence, I can tell, I could be the loudest you can dwell.

I keep on wandering, unending.

Until the sun sets and then rises again.

Waking up on the same ground to begin,

I ask myself, am I still able to win?

Yet no matter how long or slow, with this spiral wandering, I'll go.

UNBOXING LIMITS

By: Nics R.

To my dear old world, you are as lovely as sunshine,
And I'm so glad to be alive in you.
Every second and every minute,
I always think of going back through.

If I could just make it happen,
I would run into a time machine,
Having time to travel and restore the things that I've seen.

But there's no way of turning back to the present here.
It's the reality I must face; I shall not disappear.
I shall untie the rope of my every fear,
For there's a cone waiting at the frontier.

Now lurking around in a place I called home
Running in circles, I feel so alone.
Every corner is built up with a single stone.
I shall break the walls; this I must outshone.

As I kept on searching for an old soul,
I found myself staring at the reflection of water.
I didn't notice how my tears dropped like rain
I have seen myself trapped in vain.

What else is there at the top of a triangle?
Maybe there's more that I can be stepping on in the middle,

Then I would find myself in a place—not so very little.

Unboxing limits is as scary as I could ever imagine.
I doubted myself many times,
Yet I still ended up trying and holding onto buried hopes that they might have to live again.

I got tired, and it's okay.
But I have to unbox my potential once I'm ready.
Living in my dreams, I must be steady.

Tatsulok

Ni: Eshlevidesh

"Habang may tatsulok, lahat sila nasa tuktok, 'di matatapos itong gulo."

Maraming lapastangan sa lipunan, kulang sa delikadesa,

Yaring kapangyariha'y ginagamit sa pangungurakot at kasamaan.

Ano pa'ng kasaysayan na ika'y iluklok sa kataasan?

Kung budhi mo'y masahol pa sa kamatayan at taliwas sa kabutihan.

'Ika nga sa awit na tatsulok, lahat sila nasa tuktok.

Habang nananatili ang tatsulok, lahat ng mahihina ay maghihimutok.

Kahit ika'y sumuntok, hindi sapat ang lakas sa mapanghimasok

Yaring lakas mo'y mahina sa mata ng nasa tuktok, 'pagkat ika'y aliping puno ng takot.

Tatsulok, bakit 'di ka umikot, at mahihina'y tumungo sa tuktok?

Kay sakit namang malunod sa takot, at yaring pangarap ko'y malimot.

Salungat ang hakbang ng tuhod sa tinatahak kong sulok.

Nanatili pa ring malakas ang nasa tuktok, habang mahihina'y sinasalat ang maruming ipot.

Tatsulok, kapag binaliktad ka ba'y hindi na kami manghihina?

Tatsulok, sa pagbaligtad mo ba'y lalakas yaring talunang madla?

Oh! sa isip lamang ang hinuha, 'pagkat lakas nila'y walang labang kinukuha

At nilulustay ng mapagsamantalang mandaraya

Kurakot! Salot! Hayop! Mapanghimasok!

Tinig ng nayuyurakang sigaw ng mahihirap.

Walang laban sa liksi ng mapagpanggap, 'pagkat sila'y walang palag.

Kahit ilaban yaring karapatan, napapantayan ng silaw sa kayamanan.

Mataas nanatiling malakas, mababa nanatiling mahina.

Saan lulugar kung tatsulok ay nanatili sa buhay?

Makakaya kayang dumagundong yaring sigaw ng pantay na karapatan

Kung nabibingi ang katarungan, at tinatakpan ng buwayang nanlalaki ang tiyan?

Bilog na Buwan

Ni: Eshlevidesh

Bilog na buwan, sa pagliwanag mo sa kapaligiran,

Natatanaw ang liwanag sa madilim na parang.

Tila isang malaking ningas na pag-asa yaring katanglawan.

Sa ningas mo'y nabubulagan ngunit ganda mo'y walang kakupasan.

Simbolo ng huwad na pag-iibigan o kaya'y nabaling pangako.

Ito ri'y pinag-aalayan ng kahilingan ng mga ibang nilalang.

Sa bilog na buwan, panaghoy na sigaw ng pusong nasasaktan

Nilalagak ang isipan at minamasdan ang bilog na buwan.

Mabuti pa yaring buwan, nakadantay at nakaalalay sa aking kalungkutan.

Sa patuloy na paghampas ng hangin sa katawan, naninisid na mata sa tuktok ng buwan.

Luha'y tumulo sa kawalan at tumaklob na ulap sa kinang ng buwan.

Kay pait, kay sakit, buti pa yaring buwan, sinusuyo ng ulap kahit 'di makatotohanan.

Halinghing at matinis na tinig, tila melodiyang kay rikit pakinggan.

Sa paglalakbay niyaring mandaragat, namataan lalang na umaawit sa bilog na buwan.

Sa tinig na mapusok ngunit mahinhin, tagos sa puso kong mandiring.

Kaya sa tinig ay napapikit, lumangoy sa tubig at inangkin buhay ng mandaragit.

Kabundukan at kagubatan, nanaghoy ang sigaw at alulong ng munting lobo.

Tila namumutawi ang pagpupunyagi at matinis na tono.

Sa gitna ng bilog na buwan, isang nilalang ang nag-aalay ng sariwang katapatan.

Yuyukod at doo'y aawit ng matinis, ngunit kilabot sa kapaligiran.

Sawi sa pag-ibig kung mamasdan, 'yaring umiibig sa buwan.

Sa luha't matinis na tinig at alulong, ito'y 'di mapapantayan, katapatang mayroong laan.

Sa t'wing sisilay ang makinang at maliwanag na buwan,

Nanunudyo't namamataan ang lungkot ng buwan 'pagkat kasuyo nito'y yaring pag-asang kalumbayan.

Bilog Ang Mundo

Ni: Eshlevidesh

Kaibigan, huwag mangambang iwan,
'Pagkat sa huli, ika'y babalikan.
Kaibigan, huwag lumuha sa sakit na nararamdaman,
'Pagkat ito'y may katapusan.

Kaibigan, manatiling panatag,
Sa sibat na bumibitag, ika'y umilag.

Namnamin mo ang katamisan ng buhay,
Huwag maglaro sa apoy na tutupok sa bukang-liwayway.

Hirap mo'y hindi mananatili,
Basta't isilay ngiti sa labi.
Pagod mo'y ipahinga sa tabi,
Umidlip sa hanging tatama sa'yong sarili.

Kaibigan pakatandaan bilog yaring mundo,
Sa pag-ikot nito'y hindi mananatili sa iyo.
Huwag mangamba't maiibsan paghihirap mo,
Sa kada inog ng mundo ay bagong siglo.

Bilog na mundo'y gigising sa iyo,
Kaibigan, huwag sumuko, ipagpatuloy ang sinimulan mo.
Maglayag kang pangarap ang sasakyan.
Uminom ka sa sisidlan ng kinabukasan, at masdan yaring kahihinatnan.

Batang pulubi, huwag ilunod ang sarili sa bawal na rugby.

Lumaban sa hirap na namumutawi, bumitaw sa gapos ng tali,

Hanapin ang tamang landas, daan patungo sa itaas.

Umiinog ang mundo, hindi ka mananatili sa mundong nakagisnan mo, magbago ka ijo.

Babaeng parausan, tama na ang kahibangan,

Huwag ibenta ang iyong katawan.

Bagkus gumawa ng mas mabuting paraan, magbanat ng buto sa kabutihan.

Magtiwala ka sapagkat bilog ang mundo, hindi ka mahihimlay na Magdalena ang tawag sa 'yo.

Kuyang adik, itigil na ang paghithit ng droga, masisira iyong baga.

Imbes na humithit ay sa Diyos umawit.

O kaya'y magpakabait nang buksan sa langit.

Itigil na ang kagustuhan, bilog ang mundo lahat ay may katapusan.

Taong kurakot, tama na ang paglikom ng pinaghirapan ng iba,

Huwag patabain ang tiyan at bulsa.

Magbigay naman sa kapwa, sa nangangailangan nang malala.

Bilog ang mundo, anumang materyal na iniingatan mo'y maglalaho.

Bilog ang mundo hindi mananatili sa 'tin ang lahat,

Ang bagay ay may katapusan, kahit ito'y ingatan ay malilitikan.

Tatanda, babata, mangungulubot ang balat mag-asam ng mahirap.

Ang katapusan ay malalasap sa bawat pag-inog ng bilog nating mundo.

Love Letter

By: Haya Jhie

In the garden of our hearts, love blooms,
A flower of beauty, amidst life's glooms.
With every beat, our souls entwine,
In this dance of love, forever thine.

Your eyes, like stars, they light my night,
Guiding me through the darkest plight.
Your smile, a sunbeam, warms my soul,
Filling my life with love that makes me whole.

In your embrace, I find my peace,
A sanctuary where all worries cease.
Your laughter, like a gentle stream,
Brings to life the sweetest dream.

With every touch, our hearts unite,
In a symphony of love, so pure and bright.
The melody of our souls, so sweet,
In this love, our spirits meet.

Through life's journey, hand in hand,
Together we'll walk on golden sand.
In your love, I've found my way,
Forever in your arms, I'll stay.

So, let our love forever grow,
A river of passion that continues to flow.
With you, my love, I am complete,
In your arms, my heart will find its beat.

With all my love, forever true,
I am eternally, deeply in love with you.

Mga Hugis

Ni: Haya Jhie

Sa mundong puno ng hugis,
Iba't ibang anyo ang nabubuo.
Bilog na buwan, kumikislap na bituin,
Hulma ng maalindog mong katawan.

Parang tanawin ng asul na langit,
Ang timbang ng hugis, lihim ng pangarap.
Parisukat, parihaba, paminsan-minsan,
Sa bawat gilid, may kuwento ng pangarap.

Hugis kahon, gusali'y nakatayo,
Tatsulok na puno, sa hangi'y kumukumpas.
Kakaibang pinta, sa lente ng pagtingin,
Bawat hugis, kathang-isip na tinig.

Sa araw-araw, mga hugis naglalaro,
Sa anino ng gabi, kuwento'y nabubuo.
Bilog na umaga, sa'yong pang-unawa,
Ang hugis ng mundo, sumisimbolo ng ligaya.

Hinaing ni Inay

Ni: Haya Jhie

Gumuhit ako ng puso,
Nakita naman ni Inay.
Bigla na lamang siyang nag-drama,
Na parang walang bukas.
Puso. Ito'y nabibiyak
Kapag nagmahal ka ng labis,
Durog na durog
Na parang pulbos ng paminta.

Gumuhit ulit ako
Nang hugis bilog.
Muling nag-drama si Inay
Na akala mo sinasapian.

Bilog. Bibilugin lang ang utak mo
Pagkatapos, paaasahin ka.
At kapag nagsawa na siya sa'yo,

Ika'y basta na lang iiwan.

Napakamot ako ng ulo.
Ako'y gumuguhit lamang
Bilang ensayo dahil ako'y kinder na,
Ngunit bakit si Inay, maraming hugot?

Mensahe ko sa aking ina,
Mag-artista ka na lamang,
Hindi iyong dinadamay mo
Ang musmos na katulad ko.

Comradery
By: ROSEANDTULIPS31

Like a square
Sides are congruent
Manifestation of homogeneity
It resembles the same values.

Like a square
Lines are straight
Personification of conformity
It seems to be a feeling of belongingness.

Like a square
There are four right angles
Perception of strong company
It appears to be an everlasting friendship.

Tatsulok

Ni: ROSEANDTULIPS31

Nagsasabi na ang hustisya
Matibay, hindi ito natitibag
Walang kailanman kinikilingan.

Subalit tila pala isang tatsulok
Ang nanaig sa mundong ibabaw
Nasa tuktok lamang may karapatan.
Mayaman na makapangyarihan
May pera at mga kayamanan
Buo ang lakas ng loob sa pamayanan.

Dukha'y lumuluha, nakikiusap
Mapakinggan kanilang panawagan
Wala sinuman may nais silang tulungan.

Mga nasa laylayan
Walang hanggang inaalipusta
Mga taong ubod na mapagmataas.

Lipunan ay bulag at bingi
Sa hustisya ng mahihirap
Kaya patuloy ang pagsasalungat.

Hanggang sa susunod na henerasyon
Tatsulok ay nanatiling nakatayo
Tulad ng isang matibay na bahay.

Mga marangya mananatili sa tuktok
Dukha nama'y mananatiling mga alipin
Na kay sakit pakinggan at isipin.

Shape of Love

By: DripDripDrop

I kept wondering,
What kind of shape will love be?
Many came to mind.

Will it be a heart?
My heart kept beating for you.
Beating non-stop.
Will it be a star?
Like the star that kept shining,
Giving hope to me.

Will it be a circle?
My world revolves around you.
It is always you.

Whatever the shape,
My love, my adoration,
Exists forever.

Mga Laro ng Batang 90s

Ni: Cherselle

Noon, hindi pa uso ang laro sa selpon
Masaya kaming naglalaro sa hapon
Humahanap ng tsok o basag na paso
Upang gumuhit ng mga parisukat para sa piko

Namimili ng batong flat
Mas magandang pamato kasi
Mas madali itong lumapat
Madaling hawakan pati

Kapag sa piko ay nagsawa,
Uso rin ang ten-twenty
Sapat na ang goma
Para tuloy ang happy-happy

Gumagawa rin kami ng palobo
Ngunit hindi gaya ng sa inyo
Sa ami'y sapat na ang sabong panlaba
Haluan ng tubig at dahon ng gumamela

Sadyang kay saya ng laro noon
Nakapagpapalakas ng katawan
Hindi tulad ngayon
Pagtakbo'y sa selpon na lamang

Ano'ng Hugis ni Pag-ibig?

Ni: Cherselle

Pag-ibig, maraming nagtanong ng kulay mo
Iba-ibang sagot ang narinig ko
Ngunit ang aking ipinagtataka
Anong hugis kaya ang mayroon ka?

Madalas sa iyo,
puso ang simbulo nila
Bumibilis daw ang tibok nito
kapag nakikita ang sinisinta

Pero sabi ng iba
Ikaw daw ay bilog
Sapagkat sa mahal nila
Daigdig ay umiinog

Sabi ng iba ay bituin
Pinapangarap na abutin
Kay gandang masdan
Kawili-wiling titigan

Baka naman parisukat
Nakakulong sa apat na sulok
Hindi lumalampas sa itinakdang sukat
Pero natatakot mabulok

Ah, basta para sa akin
Pag-ibig, ika'y kakaiba
Kulay mo'y hindi mawari
Maging hugis mo'y ganun din

Nakikita kita sa bawat yakap, halik, ngiti, at luha
Ayoko nang alamin pa
Anong kulay o hugis mo talaga
Basta mahalaga, nandito ka.

Dear Heart

By: Cherselle

I thought your job was just to pump blood
But why is it that you always give a thud
When my crush is near
Or when I feel fear?

Dear heart, will you be still?
Why do you beat so loudly?
Tell me what you feel
And stop acting silly.

Do listen to my plea
Just do your job
Continue to throb
But let me be...

Telebisyon

Ni: Cherselle

Isang kwadradong kahon
Iba't ibang panahon
Kay raming kaganapan
Ating matutunghayan

Hayaang Maiga ang Igado

Ni: Cherselle

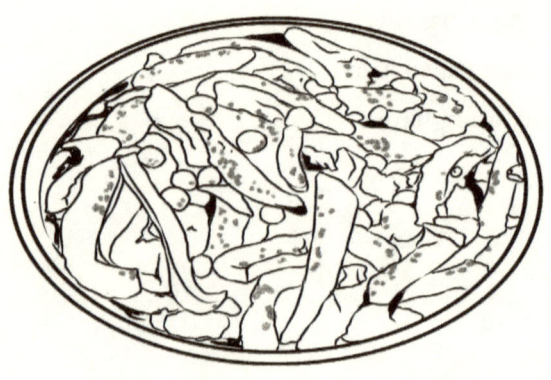

Iyo nang igayak ang mga sangkap
Magluto tayo ng igadong napakasarap
Tiyaking karne mo'y sariwa
Upang jowa mo sa iyo'y 'di magsawa

Pinuhin ang sibuyas at bawang
Gayatin din ang carrots at patatas
Sa paghiwa, ika'y maging patas
Lahat dapat parihaba--karne, atay, at gulay man.

Painitin na ang kawali niyo
Bawang at sibuyas ay igisa
Ipakitang Ilocano kang talaga
Huwag lagyan ng kamatis ang igado

Suka't toyo lang ay sapat na
Marinadong baboy, ilahok na
Hayaang maiga at lumabas ang mantika
Atay, patatas, carrots, isama na.

Pakuluin at hayaang lumambot
Sarsa nito'y hintaying lumapot
Kapag luto na'y sumandok ka
Ng kaning mainit-init pa

Ipatong ang igado
sa kaning mainit
Sumubo, at sa sarap nito,
ika'y mapapapikit.

Spaghetti Pababa at Pataas

Ni: Cherselle

Pula ngang talaga ang kulay ng Pasko
Kasi naman tuwing sasapit ito
Lagi na lang may handang spaghetti
Buti na lang cheesy, creamy, at meaty

Bata pa lang ako ay kabisado ko na
Kung gaano katagal dapat ang luto sa pasta
Hindi pwedeng kumulang o sumobra
Baka mahilaw o di kaya'y lumabsa

Pinipino ko ang butil ng bawang
Maliliit na kwadrado naman ang sibuyas
Naglalagay din ako ng siling pukinggan
Pati kwadradong carrots din pero walang patatas at pasas

Matapos maihanda ang mga sangkap,
Kawali'y paiiniting ganap
Saka magsasangkutsa
Hanggang katas ng karne'y umaroma

Kapag mabango nang lahat,
Carrots at sili'y ilahok din
Huwag samahan ng patatas at pasas
Spaghetti ang luto, hindi giniling

Kapag luto na ang pasta at sauce,
Paghaluin na at take a pose
Tutal ganyan na talaga ngayon
Instagram muna, bago aksyon

Matapos ang picturan,
Spaghetti'y atin nang lantakan
Habang pinatutugtog ang kanta ng Sexbomb
"Spaghetti pababa, Spaghetti pataas…"

Paborito Kong Fruit Salad

Ni: Cherselle

Kay gandang masdan
Iba't ibang kulay at hugis
Ng mga prutas at gulaman
Sinamahan ng krema at gatas

Sana'y laging gumawa si nanay
Ng fruit salad na kay linamnam
Kakain ako panay-panay
Sapagkat sadyang natatakam

Kinuwadradong mansanas
Nilahukan pa ng pasas
Sinamahan din ng nata
At iba pang prutas mula sa lata

Ibang sarap talaga ng fruit salad
Sadyang walang katulad
Kaya nga ating papakin
Fruit salad na kay lamig

Saktong tamis ang dulot nito
Sa buhay mong mapait sa pagkabigo

Pera

Ni: Cherselle

Minsan hugis mo'y bilog
Minsan ay parisukat
Ngunit ang aking tiyak
Mundo'y sa 'yo umiikot

Binilog Mo Ako

Ni: kwiinmartha

Bilog daw ang mundo
Subalit ikaw ang mundo ko.
Parihaba, parisukat
Pagmamahal ko sa'yo ay tapat.

Ako ngayon ay nasa sulok
Gumuguhit ng tatsulok,
Habang ang mga luha ay lumalandas
Dahil sa sakit na dinaranas.

Ikaw ang dahilan
Kung bakit ako ay luhaan,
Ikaw ang rason
Kung bakit ako umiiyak ngayon.

Binilog mo ako
Pinaglaruan mo ako,
Sinira mo ako

Ngayo'y durog na ang aking puso.

Ang sabi mo noon
Bituin ay aabutin mo sa dako roon,
Mula sa taas
Doon sa pinakamataas.

Pero nasaan ka na ngayon?
Ikaw ay biglang naglaho
sa pagdaan ng panahon,
Pag-ibig mo ay nawala
Naglaho kang parang bula.

EKLIPSE

Ni: MariaZi

Ang aking paboritong senaryo, ang ating muling pagtatagpo

Sa tingin Ko'y hindi ako nabigo sa aking matagal na paghihintay,
dahil nasilayan kong muli ang aking pinakahinahangaang bagay—
tiyak na guguhit na namang muli ang matamis na ngiti sa aking labi.
At ngayo'y nananalangin na sana'y,
huwag muna akong takasan ng kasiyahan
gayong ako'y naaaliw pa sa iyong postura, buwan.

Nabatid kong mas lalong tumitindi ang aking paghanga sa tuwing ika'y masisilayang muli
Galak ang namamayani—wari'y lalong sumisidhi
Ultimong paglundag ng puso ay doble-doble sa isang segundo
Gaano na naman katagal na panahon ang ating muling pagtatagpo?

Hindi ba't nakakatuwa?

Milya-milya ang layo ngunit pinagtatagpo tayong dalawa

Ferris Wheel

Ni: SulaTula

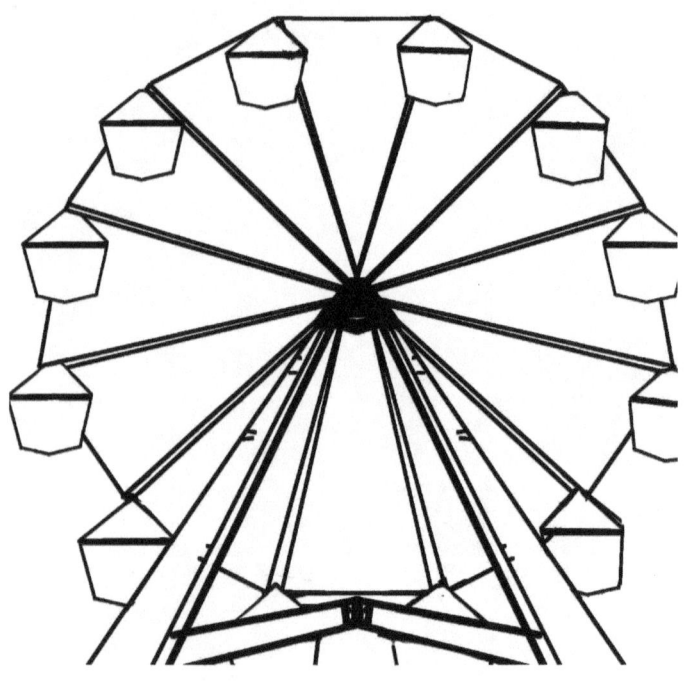

Sa pagkakataong 'to
Ngayon ko pa lang masasakyan 'to
Sa hugis, parang nakakatakot na

Sa laki ng bilog ika'y paiikutin lang
Pagkatapos ika'y parang pilit pang tumaya
Bakit ung iba sumaya pagkatapos paikutin?
Siguro dapat pala may kasama
Ngunit wala ka na
Ako'y nandito, nag-iisa

Hugis Bilog

Ni: SulaTula

Tik tak, tik tak tunog ng orasan
Hugis bilog ang lalagyan
Ako'y mahuhuli na naman
Papunta sa aming paaralan

Haya Jhie

Dahil sa paggawa ng tula, ako'y napuyat
Isang pagkakataon aking nasilayan
Gandang taglay mo ako'y nasiyahan
Misteryosa sa karamihan
Ibang-iba ang tama sa 'kin
Ng mga matang marikit

Bumangga pa nga ako sa 'yo
At sabay ako'y natulala
Isipin kong mabuti hindi ito panaginip
Isang pahina na tayo'y magkita

Hugis Puso

Ni: SulaTula

Sa palpitate aking naramdaman,
Baka ito'y sa lagi kong pagkape
sa kinaumagahan para magising ang ulirat.
Naisip ko na naman,
'Yong parte kahapon lamang
Hindi naman pala panaginip lamang
Ang nakita kong anghel sa kalupaan,
Dalagang kaibig-ibig, ika'y iba kaninuman.

Hindi ko pa nga alam
Ang iyong pangalan,
Bigla na lamang nagkainteres sa'yo,
Sa isang ngiti mo ako'y tinamaan.

Ang Tatlong Tuldok

Ni: Aozelle Soberaque

Sa isang tatsulok, may tatlong tuldok

Imposibleng ang nasa ibabaw na tuldok ay mahulog, madulas o matisod

Dahil sa kanyang kaliwa at kanan, naroon ang dalawang tuldok

Nakaagapay sa kanya bago pa man siya makaakyat doon.

Ang Hugis ng Ulan
Ni: Aozelle Soberaque

Naaalala mo pa ba noong minsang bumuhos ang ulan?

Nakatitig sa lupa, nakatayo ka lang

Isa-isang binibilang bawat patak ng tubig na tumatama sa balikat mo't kalupaan

At ang lamig ay tila mga kadenang sa paglaya ika'y pinipigilan.

Pero sinubukan mong humakbang

At maglakad, maglakad, at maglakad,

At sumilong sa isang bahay

Umaasang maglaho na ang mga kulog at kidlat.

Pero tiwala ka bang kaya kang protektahan ng pagsilong?

Kaya mo bang maghintay?

Hindi sumuko sa proseso?

Kaya mo bang tiisin ang pagtayo sa iisang lugar,

Umaasang titigil na ito, pinipilit na maging matapang,

Nang walang kasiguraduhan kung aayon ba ang lahat sa gusto mo?

Pero nagulat ka na sa ilang segundong naroroon,
Ramdam mo pa rin ang pagsuntok ng bawat patak ng tubig,
Bawat bakas ng hinanakit,
At mga pagluhang hindi mo alam kung panghabang-buhay na rin.

Walang nagawa ang pag-iwas sa pag-iyak ng kalangitan
Diretso ka pa ring naglalakad sa bilog nitong walang hangganan,
Walang kasiguraduhan, walang kapayapaan,
Walang kahit anong pag-asang makikita't maaasahan.

Alam mong wala kang kahit anong kapangyarihan
Paikot-ikot na lang ang buhay mo sa loob ng bilog ng kapighatian
Walang malilikuan, ni hindi kayang mga pagkakamali'y balikan
Na kahit gumawa ka ng paraan, hindi mo pa rin mapatitigil ang ulan.

Lemniscate

Ni: Aozelle Soberaque

Paulit-ulit mo nang kinukumbinsi ang sarili mo
Sa bawat sandali na nadaraanan mo itong kanto,
Madalas ipikit ang mga mata, tumigil sa paghinga
Sa walang hanggang mga hakbang ay 'di nagsasawa.

Ang parehong baso ng kape at panulat,
Parehong panahon nang pagmulat,
Pagpikit, paghigop ng hangin
At pagkatapos ay wala nang babaguhin.

Buong buhay mo, naglalakad ka lang sa iisang daan
Walang hawak na mapa, hindi alam kung saan ang patutunguhan
Ni hindi magawang gumising, bumangon,
O lumiko man lang.

Nakakulong ka sa isang selda na ikaw mismo ang gumawa
Hawak na sa kamay ang susi, pero ikaw pa ang nagwala

Walang puwang sa isip ang paglaya,
Walang puwang sa puso na ang sarili'y makita.

Kumakapit ka sa mga kutsilyo't tinik
At ang bawat patak pa ng iyong dugo ang nagsasabing
Itigil mo na ang hakbang, kumaliwa ka o kumanan
Basta't huwag ka nang muling tumingin, ni sumulyap sa dating dinaanan.

Pero iniling mo ang iyong ulo,
Tinanggihan ang pagkislap ng liwanag sa harap mo
Na siya nang lumapit sa 'yo,
Nag-abot ng kamay pero pinalis mo lang din sa dulo.

Hindi ka karapat-dapat pagbigyan ng isa pang pagkakataon
Tinalikuran mo ang bawat pagtulong
Para lamang makabalik sa paulit-ulit-ulit na mga araw
Ng pagdurugo't kawalan ng pagsulong.

About the Authors

Si **Kris S. Alarde** ay nagsimulang magsulat noong nasa high school pa lamang siya, at maging sa kolehiyo, bahagi siya ng kanilang school paper.

Nakapaglathala siya ng mga kuwento sa komiks ng Atlas Publication. Nang mauso ang pocket book, nakapaglathala rin si Kris ng iba't ibang genre sa mga publication. Mga maikling kuwento, tula, at nobela ang madalas niyang sulatin. Sa larangan ng edukasyon, kilala siya bilang si Crispulo S. Alarde, Jr. . Mababasa ang kanyang mga nasulat sa Google at mabibili sa online platform at physical book.

Si **W. J. Manares** a.k.a Willer Jun Araneta Manares ay lumabas mula sa sinapupunan ng kanyang ina noong ika-1 ng Hunyo, taong 1985. Isang hindi-gaanong-kilalang manunula't manunulat. Siya ay lehitimong miyembro ng ika-7 na henerasyon ng Familia Araneta sa Pilipinas. Masaya siya sa kanyang bukod-tanging pamumuhay sa probinsiya ng Aklan - ang pinakamatandang lalawigan sa bansa. Binaliw siya ni Piers Anthony sa pamamagitan ng mga aklat niyang, "Ogre, Ogre", "Bio of an Ogre" at "But What of Earth?" at dito nagbago ang pananaw niya sa buhay.

Siya ang may-akda ng mga aklat-Ukiyoto na, "Betlog", "Tanaga, Diyona... Dalit?", "Flashbacks of Flashforwards", "OTNEWUK", "Isa Sa Ilang Paraan", "Owa't Tawo", "Pusikit", "The Extracted", "Playing In Secret Solitude", "Ang Bulbul atbp.", "Poesy for Poseidon" at "Shiverses". Siya ang kusang-patnugot ng mga antolohiyang, "Magkalaguyo" at "SIIL" mula pa rin sa Ukiyoto Publishing at ang kakalabas lang na "Poetry Anthology" ng Warang Writers' World.

Si Giselle Paraan na kilala rin bilang **Cherselle** ay guro at mangingibig ng wika at panitikan. Mahilig siyang magbasa at sumulat ng mga tula, sanaysay, at kwento. Kapag may libreng oras, gusto niya ring nanonood ng mga pelikulang tungkol sa paglutas ng mga krimen o hindi kaya ay mga naganap sa ibang mundo at dimensyon.

Haya Jhie is fond of writing stories about love, horror, and poetry under Warang Publishing House. She also enjoys reading meaningful books like encyclopedias, but when you ask her, she can't answer. She enjoys dancing and singing, but singing doesn't seem to like her back. Her passion is staying at home while baking. She also dreams of becoming a renowned writer. And the quote she loves the most is: "Ang hindi marunong lumingon sa pinanggalingan ay hindi makararating sa paroroonan".

Si **Roseandtulips31** ay nakahiligan nang magsulat noong high school pa lamang siya. Nauna siyang mahilig sumulat ng sanaysay hanggang nakahiligan niya rin ang tula. Dahil sa mahilig siyang magbasa ng mga iba't ibang uri ng mga libro katulad ng may kinalaman sa siyensya, literatura, sining at maging mga fictional stories katulad ng pocketbooks, wattpad at iba pa, nagkaroon siya ng ideya sa pagsusulat ng nobela at maikling kwento maging sa paggawa ng mga writing contents na may mga kinalaman sa tunay na pangyayari at iba pa. Maliban sa pagsusulat, mahilig din siya sa mga arts at designs, musika, entertainment at pagkain.

Mababasa ang kanyang mga nilikhang kuwento, tula, nobela at iba pa sa Wattpad, Inkspired, Dreame, Facebook, Google Books at Smashword.

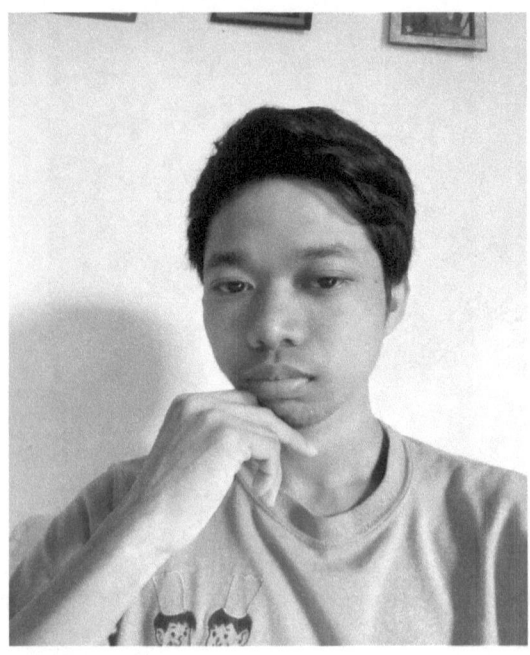

Si Christian R.Pantoja, na mas kilala bilang **SulaTula**, ay gumagawa na ng mga tula pero hindi ganun kalalim ang karanasan dahil kulang pa ang unawa sa mga salita at mga kahulugan nito. Gumagawa na rin siya ng kwento, kanta at komiks. Sa kasalukuyan, hindi maitatangging marami pang 'di alam sa ganitong larangan upang maging magaling na manunulat at artist.

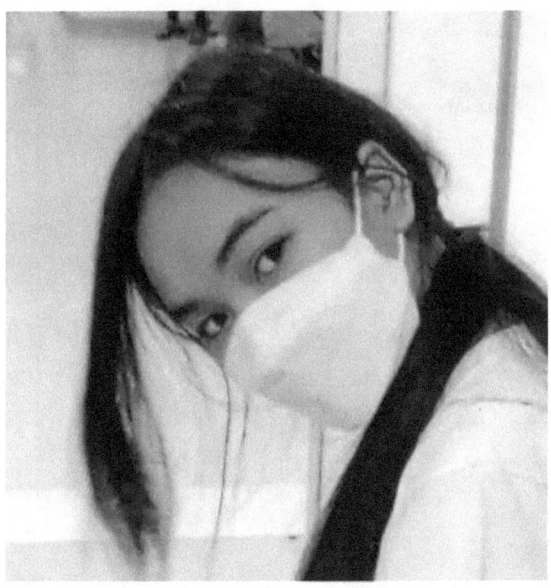

Aozelle Soberaque, ang babaeng nag-aasam na makapagsulat nang sampung oras, ng pitong libong salita at tatlong kabanata sa isang araw, araw-araw. Sana lang makarating siya roon... sana.

Mula sa panonood ng Naruto bawat gabi noong maliit pa siya, pagsusulat ng fanfics tuwing hapon, pagtulala tuwing umaga, at panonood ng sandamakmak na videos tungkol sa kung paano ba makapagsulat nang matino, napagtanto na niyang - siguro pero sana - para sa kanya na ang pagsusulat. Alam niyang marami pang pwedeng lakbayin, marami pang pwedeng matutunan at ibahagi sa iba. Gano'n naman talaga ang pagsusulat, hindi ba?

Si **Nics** ay isang guro, manunulat ng kanta, alipin ng sining at musika. Sa layuning makapaglimbag ng sariling aklat ay sinisikap niya paring matuto at mahasa sa pagsusulat ng mga tula at mga istoryang nakagaganyak. Hirap man sa paggamit ng wikang Filipino dahil mas nakasanayan ang pagsulat sa wikang Ingles, hindi ito naging hadlang sa kanya upang itigil ang pagpatak ng tinta sa bawat letra. Bagkus ay naging magandang hamon ito upang mas paigtingin pa ang wikang Filipino at mas mahasa ang kanyang kakayahan sa paraang ito.

Marami mang pinagkakaabalahan ay patuloy parin ang paglalakbay sa larangan ng literatura. Isang napakagandang istorya na may puso at musika, puno ng imahinasyon at namamayagpag na dedikasyon.

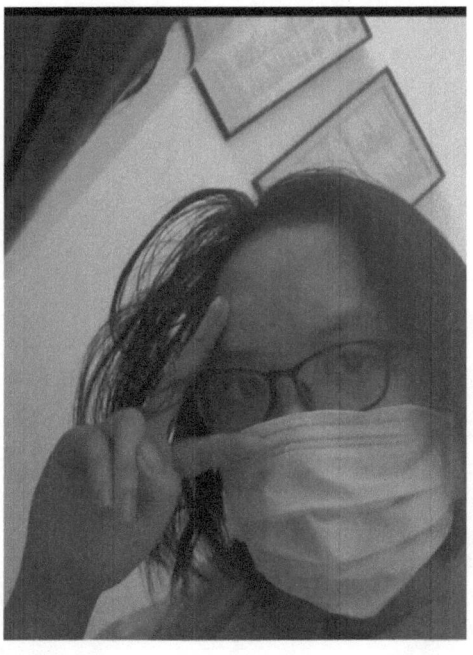

Si **DripDripDrop** ay isang estudyante na nag aaral upang maging isang beterinaryo balang araw. Mula pa noong highschool siya, nagsusulat na siya ng mga tula. Siya ay nakatira sa Tarlac kasama ang kanyang ina at kapatid. Ang kanyang hilig ay manood ng anime, k-drama, thai drama at iba't ibang uri ng pelikula. Sabi ng kanyang kaibigan: "When something is all serious and never fun then ironically, it's not worth taking seriously at all." At iyan ang dahilan bakit si DripDripDrop ay isang manunulat.

Si **Eshlevidesh** ay kilala sa tawag na "esh" kinahihiligan niya ang paggawa ng mga tula, pagsusulat ng maikling kuwento, at pagkanta. Simula sa edad na labing-isa ay nagbabasa na siya ng mga kwento sa pocket books, at ebook. Nang tumuntong siya ng edad na labintatlo, natuto na siyang magsulat ng tula at pinalawak niya ito hanggang sa matutunan na niya ang iba pang uri ng tula katulad ng elehiya, tautogram, haiku, tanka, at iba pa. Sa ngayon, hilig niya ang pagbabasa ng mga kwento sa Wattpad. Ilan sa mga genreng napupusuan niyang basahin ay romance, fantasy, at action. Ayaw niya ng horror sapagkat matatakutin siya. Bilang isang manunulat, nag-iiwan siya ng motto na "lumikha ka ng bagay na iyong napupusuan, huwag hayaang ika'y napipilitan." Isa pa, "ang imahinasyo'y sa tula na lamang ilalaan."

www.ingramcontent.com/pod-product-compliance
Lightning Source LLC
LaVergne TN
LVHW041535070526
838199LV00046B/1683